சொல்லாடல்

விஜய்

பொருளடக்கம்

பொருளடக்கம்

பொருளடக்கம்

அணிந்துரை

சிறு வயது முதற்கொண்டு இன்று வரை விஜயை நான் அறிவேன். என் தாய் மாமா பையன் தான். உறவால் மச்சானாக இருந்தாலும், பழகும் தன்மையில் நானும் அவனும் நல்ல புரிதலோடு பழகும் நண்பர்கள். அதொரு காலம் ஒன்றாகவே சுற்றி திரிந்தோம், சிறிது காலம் ஒன்றாகவே தொழில் செய்தோம். ஆனால் இப்பொழுது தொழில் மட்டும் வெவ்வேறு.

எனக்கும் சமிபகாலமாகத்தான் அவன் தன் சுய விருப்பால் எழுத்து பணியும் செய்து வருகிறான் என்கிற விசயம் தெரிய வந்தது. உள்ளுணர்வு என்கிற ஒரு புத்தகத்தை முதன் முதலாக எழுதினான். அதற்கடுத்து பல புத்தகம்.

இது ஏழாவது புத்தகம் என்று சொன்னான். பல கவிதைகளை முன்கூட்டியே எனக்கு அனுப்பியும் வைத்தான். படித்தேன் சுவைத்தேன் பிறகு மனதிலும் படிந்து விட்டது. என்னை போன்று இப்புத்தகத்தை படிக்கும் அனைவருக்கும் நல்விருந்தா அமையும் என நம்புகிறேன். தமிழ் எவ்வளவு சுவை என்பதை எனக்கு புரியவைத்த என் மச்சான் விஜய்யை மனதார மென்மேலும் சிறக்க வாழ்த்துகிறேன்.

நன்றி மற்றும் வணக்கத்துடன்,
V.ரவி

முகவுரை

வணக்கம் !

இப்புத்தகத்துக்கு ''சொல்லாடல்'' என தலைப்பிட்டு எழுதி இருக்கிறேன். என்னுள் எழுந்த பல உணர்வுகள், பார்த்த பல விசயங்களை நீங்களும் உள்வாங்கிக் கொள்ள கவிதைகளாக வெளிக்கொண்டு வந்திருக்கின்றேன்.

சொல்லாடல் என்கிற இப்புத்தகத்தில் இவன் என்ன எழுதி இருப்பான் என்று அலசி ஆராய்ந்து படியுங்கள். படிக்கும் பொழுது உங்கள் இதயத்தை வருடினால் என்னை வாழ்த்துங்கள்.

அன்புடன்,

விஜய்

mail: vijaykumarmonisho5@gmail.com

Mob: 9740981035

1. நல்லவர்கள் மட்டும்

மற்ற நாடுகள் பற்றி
கவலை இல்லை !
நம் நாட்டில் மட்டும்
சிக்கலும் குழப்பமும்
மிக மிக அதிகம் !
பாதிக்கு மேல் இங்கு
மக்கள் தொகை குறையட்டும் !
அதில் நல்லவர்கள் மட்டும்
நீடோடி வாழட்டும் !
பாழ் பட்ட சமூகம்
அவர்களால் தலை நிமிரட்டும் !
பரிதவிக்கும் குடும்பங்களுக்கு
உயிரால் அவர்கள் வாழட்டும் !
இயற்கைக்கு அறிவு
இருக்கோ இல்லையோ ,
ஆனாலும் வேண்டுதல் வைப்போம் !

2. பாலும் தங்கமுமா

பால் சுவைக்கும்
தங்கம் ஜொலிக்கும் !
அதுபோல நாம் இருந்தால்
நல்லா தான் இருக்கும் !
பால் போன்ற மனசு
தங்கம் போன்று சிறப்பா !
நாம் இருந்தால்
நல்லா தான் இருக்கும் !
எடுப்பு தொடுப்பு முடிப்பு
கவிதைக்கு அழகு !
பிறப்பு வளர்ச்சி வாழ்வு
உயர்ந்த வாழ்வே சிறப்பு !
பிறந்த நன்னாள் இனிக்கும் சர்க்கரை !
வாழும் அத்தனை நாளும்
நாமணக்கும் தேன் அடையா !
நாம் இருந்தால்
நல்லா தான் இருக்கும் !
பிறப்பு என்பவை
வாய்க்கும் சம்பவம் !
நல்வாழ்வு என்பவை
நிலைக்கும் சரித்திரம் !
இனிப்பு என்பதே தொண்டு
அதை யாருக்கு செய்வது
என்பதே நன்று !
உற்றார் வாழ்த்தி பேசணும்

உசத்தியா வைத்து போற்றணும் !
அதுபோல நாம் வாழ்ந்தால்
நல்லா தான் இருக்கும் !

• 3 •

உசத்தியா வைத்து போற்றணும் !
அதுபோல நாம் வாழ்ந்தால்
நல்லா தான் இருக்கும் !

3. விதி

பார்க்காத கடவுளை
இருக்குயென நம்பும் இந்நாட்டில் !
பார்த்த கடவுளை
அது தான் நம் உறவுகள் !
மறைந்த உடன்
இல்லை என்றே நம்புது !
அறிவையும் புறம் தள்ளுது
கண்ணீரையும் வீண்ணடிக்குது !
தவறுகளும் உரிமை மீறல்களும்
நடந்துவிட்டால் ,
நீதி மன்றம் இன்ன இன்ன
விதியின் கீழ் ,
தண்டனை தீர்ப்பை சொல்லுது !
அது சட்டம் !
மக்கள் நம்பும் விதி
அதென்னவோ தனக்கு தானே
பழியை ஏற்றுக்கொள்ளுது !

4. அரவணைத்து செல்லு

வாழ்க்கையில் நம்மைவிட
மேலானவர்கள் யாரு ?
வாழ்க்கையில் நம்மைவிட
கீழ்யானவர்கள் யாரு ,
என்பதை விட்டுத்தள்ளு !
நம்முடன் இருப்பவர்கள் யாரு
என்பதை அரவணைத்து செல்லு !
யாரும் மேலும் அல்ல
யாரும் கீழும் அல்ல !
நல்ல பண்பு உள்ளவர்கள்
நிரம்ப வேண்டும் !
தகுதி அற்ற மற்றவர்களை
திருந்த செய்ய வேண்டும் !
அதுவே வாழ்வு
இல்லையேல் தாழ்வு !

5. யோசனை

நல்ல யோசனைக்குள்ளே
பலவித யோசனைகள் இருக்கும் அலசி எடு !
இன்றைய சூழலை நம்பி
இருக்க முடியாது
முடிவை நல்லதா எடு !
ஆளுக்கு ஒரு மூளை
மூளைக்கொரு ,
கோணல் புத்தி
மாட்டிக்காதே விடுப்படு !
கோணல் புத்திக்காரர்களுக்கு ,
எது நல்லதாகவே பட்டாலும்
வயிறு வலிக்கும் !
வார்த்தையிலே
சூடு ஜொலிக்கும் !
புரிந்துக்கிட்டு ஓரம் கட்டு
மனதார வெறுக்காமலே
வெறும் மதிப்பைக்கொடு !

6. மனித இரகம்

உணவு ரசிப்பு உள்ளவர்களுக்கு
தின்பது தான் பிடித்திருக்கும் !
குறையை காண்பவர்கள் புத்தியில்
நான் என்கிற அகத்தை தான்
ஒட்டி இருக்கும் !
அதிமேதாவி உணர்வு உள்ளவர்களுக்கு
தற்பெருமை தான் மிஞ்சு இருக்கும் !
சதா பேசிக்கொண்டு இருப்பவர்களுக்கு
தான் ஓசத்தியென நினைப்பு இருக்கும் !
மௌன சிரிப்பில் இருப்பவர்களுக்கு
அமைதி தான் பெருமையா இருக்கும் !
சாதித்த மனிதர்களுக்கு அமைதியும் சிரிப்பும் தான் மீதம்
இருக்கும் !

7. அவன் தான்

ஓராயிரம் கஷ்டம் இருந்தாலும்
ஆம்பள சொல்ல மாட்டான் !
மனசுல பூட்டி வைப்பான்
குடும்பத்தை போற்றி வைப்பான் !
அழக்கூட தெரியாது !
அப்படி அவன் அழுதாலும் வெளியில் தெரியாது !
இயற்கை தந்த பரிசு
நல்லா உழைக்க தெரிந்த மனசு !
என்ன தான் இருந்தாலும்
சிறு வருந்தத் தக்க விசயம் !
ஆத்திரத்தையும் அடக்க தெரியாது
அவசரத்தையும் மறைக்க தெரியாது !
அவன் தான் மனிதன் !

8. மாவீரரே

நீ வந்தா நல்லா இருக்கும்
சிலரை வச்சு செய்ய
தோதா இருக்கும் !
தமிழர்களுக்கு
பாதுகாப்பு இருக்கும் !
பெருமைக்கு கிரீடமா இருக்கும் !
நீ வந்தா நல்லா இருக்கும்
வீரத்திற்கும் உயிர் இருக்கும் !
தியாகத்திற்கும்
அர்த்தம் இருக்கும்
மன வேதனைக்கும்
பலம் இருக்கும் !
நீ வந்தா நல்லா இருக்கும்
உலக தமிழர்களுக்கு
கௌரவம் இருக்கும் !
தலைமை பண்பு
உன்னிடம் இருக்கும் !
தயவுக்கான குணம்
உன்னிடம் இருக்கும் !
நீ வந்தா நல்லா இருக்கும்
புது உலகை படைக்க
வழி இருக்கும் !
தமிழர்களுக்காக
தாயகம் இருக்கும் !
தயங்காமல் சென்று வர

மகிழ்ச்சி இருக்கும் !
நீ வந்தா நல்லா இருக்கும்
ஒவ்வொரு உயிருக்கும்
மதிப்பு இருக்கும் !
உழைப்புக்கு ஏற்ற
பலன் இருக்கும் !
தகுதிக்கு ஏற்ப
உயர்வு இருக்கும் !
ஆகையால் நீ வந்தா
நல்லா இருக்கும் !
நீ வந்தா நல்லா இருக்கும் !

9. நதியை பார்த்து

சங்கடத்தை பொருட்படுத்தாதே
வரும் கவலையையும் ,
பொருட்படுத்தாதே !
கவலை எல்லாம் பாடம்
படித்துவிட்டால ஓடும் !
கஷ்டம் இல்லாமல்
யாரும் பிறக்கலே !
கவலை வேண்டுமென்று
அதை யாரும் அழைக்கலே !
ஒத்த விதையிலே
வளர்ந்த மரம் !
ஒற்றை காலோடு
நிறைய நாள் வாழுது !
மரத்தை பார்த்து
நம் வாழ்வை அமைப்போம் !
முடிந்த வரை அடுத்தவர்களுக்கு
பலன் கொடுப்போம் !
பயம் எனும் குப்பையை
தூக்கி.............எறி !
பதிலுக்கு நதியை பார்த்து கற்போம்
அதுவும் வாழ்க்கை நெறி !

10. துணை இருங்கள்

பூமிக்கு இணை தாயே
அன்புக்கு இணை நீயே !
கலசத்திற்கு இணை உறவே
தெய்வத்திற்கு இணை நீயே !
உன் உடம்பு உன்னோடு
உன் உயிர் எங்களோடு !
மீண்டும் ஒரு
வாய்ப்பு இருந்தால் !
உங்களுக்கு நாங்கள்
குழந்தை ஆகனும் !
இல்லை எங்களுக்கு நீ
குழந்தை ஆகனும் !
உங்களை தாங்க நாங்கள்
தயாரா இருந்தும் மறைந்தீர்கள் !
அந்த வலிக்கு மருந்தா
நீங்கள் எங்களுக்கு ,
துணை இருங்கள் !

11. ஒமைக்ரான்

வந்தால் பரவும்
மக்கள் தொகையை அழிக்கும் !
பயங்கரம் படுமோசமென
ஐந்து விஞ்ஞானிகளின் ஆசை !
அது அப்படி இல்லை
படுமோசம் இல்லையென,
தலைமை விஞ்ஞானியின் பதில் ஓசை !
(காலம் செம்பிள் - லண்டன்)
விரிந்த உலகத்தில்
நல்லவர்கள் நிரம்ப,
நம்பிக்கை பிறக்கும் !
நல்ல மக்களுக்கு
நன்மை பயக்குமென கூறினால் !
நம்பிக்கை விளையும்
இருக்கும் வரை மகிழ்ச்சி தழைக்கும் !

12. சாகசப் பயணம்

தம்மோ துண்டு வாழ்க்கைக்கு
மலைப்போல யோசிக்காதே !
மல்லாந்து படுத்துக்கொண்டு
கண்ணீர் வழிச்சிட்டு இருக்காதே !
உழைப்புக்கு மிஞ்சு
ஊதியம் வாங்குகிறவனும்
நிம்மதி போச்சேன்னு முழிக்கிறான் !
ஊதியம் இல்லாமல் உழைப்பவனும்
தூக்கம் இல்லாமல் விழிக்கிறான் !
ஜான் வயிறு பசிக்கு
நாடு நமக்கு மோசம் செய்யலே !
வாழ்க்கை என்பதே
ஆபத்துகளை உள்ளடக்கிய ,
ஒரு சாகசப் பயணம் !
அஞ்சாதே ....,
வந்த வலியை கூட்டாதே!

13. சுபாவம்

சுபாவம் சுபாவம்
சுபாவத்தின் பழக்கத்தால் ,
வாழ்க்கையை நினைத்து
வார்த்தைகள் வந்து விழும் !
அதில் வெறுப்பு இருக்கும்
விருப்பு இருக்கும் !
அதி முக்கியம் கூட
இல்லாமல் இருக்கும் !
தப்பு இல்லை தப்பு இல்லை
தடுக்கி தடுக்கி விழுந்து ,
எழுந்திருப்பது தானே
வாழ்க்கையின் இயல்பு !
எதையும் எதிர்பார்க்காமல்
இருந்து பழகும் பொழுது !
சிலரின் ஆறுதல் வார்த்தை கூட
யானை பலம் தந்திடும் !
புகழ் உச்சரிப்பு கூட
மெல்ல உசிப்பி விடும் !
எதார்த்த வாழ்க்கையிலும்
இதமான சுகம் இருக்கு !
ஆணானப் பட்ட கொம்பனிடமும்
சில சுகமின்மையும் இருக்கு !

14. இந்துவா இந்தியாவா

உனக்கும் எனக்கும்
மனிதம் என்கிற பெயருண்டு !
நாம் வாழும் தெருவுக்கும்
ஒரு பெயர் உண்டு !
நகரத்துக்கு பெயர் உண்டு
மொழிக்கும் பெயர் உண்டு !
ஆனால் நாம் தான்
இருந்த நாட்டை கெடுத்துவிட்டு !
கண்டவர்களிடம் கொடுத்துவிட்டு
பேந்த முழியில் அடிமைப்பட்டு இருக்கையில் !
பாரசீகர்கள் சிந்து நதிக்கு
கிழக்கே இருப்பவர்களை,
ஹிந்து என்று அழைத்தனர் !
சிந்து என்பதே ஹிந்துவாகி
பிறகு கிரேக்கர்கள் வந்து
இன்டோஸ் என்றாகி !
முகலாயர்கள் வந்து
இந்துஸ்தான் என்றாகி !
கடைசியில் ஆங்கிலேயர்கள் வந்து
இந்தியா என்று
பெயர் சூட்டி விட்டார்கள் !

இந்து என்கிற தற்குரியும்
இந்தியா என்கிற தற்பெருமையும் !
சுமார் *200* வருடங்களுக்கு முன்பு
பெயர் சூட்டிக்கொண்ட விசித்திரங்கள் !

15. வலி இல்லா தற்கொலை

தலை சுற்றுது
இதயம் பேசி நிற்குது !
கவலை, வேதனை, துடிப்பு
அளவுமீறி போச்சுன்னா !
கண்டிப்பா சாக துடிக்கும் உயிர்
வழிப் பல காணும் !
அதை தொடும் முன்னே
பாதி உயிர் போயிடும் !
இனி அதற்கு
சிரமம் இல்லையென
ஒரு எந்திரத்தை
கண்டுப்பிடித்திருக்கு சுவிட்சர்லாந்து !
கண்டு பிடித்தவர் "டாக்டர் நீட்ச்சே"
விரும்பி ஒப்புதலும்
தந்திருக்கு அரசாங்கம் !
அதில் ஏறி போய் படுத்து
பொத்தானை அழுத்தினால் !
ஒரே நிமிடத்தில்
வலி இல்லா தற்கொலை !

16. டிஜிட்டல் துபாய்

மாமிசத்தை சாப்பிட்டால்
மண்டையிலே மூளை இருக்காது !
மாமிசத்தை சாப்பிட்டால்
மனித தன்மை இருக்காதென,
காட்டு கூச்சல் போடும்
பார்ப்பனிய மதம் பிடித்த
இந்தியா இப்பொழுது !
எந்த மூலையில் இருக்கு
என்பதே தெரியாது !
இன்று உலகிலேயே
முதல் காகிதமற்ற நாடாக,
துபாய் பெருமைப்பட்டு உள்ளது !
1800க்கும் மேற்பட்ட டிஜிட்டல் சேவைகள்
10,500 க்கும் மேற்பட்ட
முக்கிய பரிவர்த்தனைகள் என !
மிக குட்டி நாடு அது
மிகப்பெரிய நாடு நமது !

17. கொள்கைத் தத்துவ பெரியார்

உடலால் இல்லை என்றாலும்
உணர்வால் எங்கும் !
கொள்கைத் தத்துவமா
உயிர்ப்போடு வாழும் பெரியார் !
குனிந்த முதுகை நிமிர வைத்து
மூளையே பிரதானம் படியென்று !
நாட்டை காட்டிலும்
பெண் விடுதலைக்கு !
குரலெழுப்பி சாதித்த
தொண்டு உள்ளத்திற்கு !
நன்றி பெருக்கே நினைவஞ்சலி !
நானிலம் யோசிக்கவே நினைவஞ்சலி !
அவர் கொள்கையை தொட்டாலே
அறிவு செருக்கு !
அவர் இட்ட பாதையே
பண்படும் வாழ்க்கைக்கு !

18. அதிமேதாவிகள்

ஒரு வீடு ஒரு காரு
வங்கியிலே கொஞ்சம் பணம்
உள் அலமாரியிலே கொஞ்சம் பணம் !
சிலரிடம் இருந்துவிட்டால்
கேட்கவே வேண்டாம் !
அவர்கள் தான்
உலகமகா அதிமேதாவிகள் !
நிமிர்ந்த தலையை
குனியமாட்டார்கள் !
அடுத்தவர்கள் இடம்
ஏறெடுத்தும் பேசமாட்டார்கள் !
அப்படி பட்ட சிறந்தவர்களுக்காக
ஐ.நா மன்றம் ஏன் தான்
நோபல் பரிசு போன்ற ஒன்றை
இதுவரை அறிவிக்காமல் இருக்கோ !

19. உயிரும் விளையாடும்

கால போக்குல
கருத்தும் துணை போய் !
பல கருத்துக்கள் எல்லாம்
நிலை இல்லாமல் போய் !
இடையில் வருடங்கள் சில
களவாடிப் போய் !
விழிக்கும் நேரத்தில்
சிந்தித்தது எல்லாம் கனவாய் !
எப்படியாவது போராடி
வெல்ல துடிப்பாய் !
எதிர் பார்த்த ஊரும் உலகமும்
பொய் பொய்யாய் !
சலிப்பாய் உட்காரும் பொழுது
உயிரும் விளையாடும் விளையாட்டாய் !

20. நாளை முதல்

உலகம் ஆடியது
உலகம் வதங்கியது !
கொரோனா எனும்
ஒத்த விச வியாதிக்கே !
பல இலட்சம் உயிர்கள்
அஞ்சி ஒடுங்கியே செத்தது !
உயிர்களோடு 2020 ஆம்
வருடமும்
உயிர்களோடு 2021 ஆம்
வருடமும் !
வளர்ச்சி காணாமல்
மாண்டுப் போச்சி !
அதனால் நம் வயதும்
இரண்டு குறைந்து போச்சு!
நாளை முதல் நம் வயதை புதுப்பித்து விட்டதைப்
பிடிப்போம்
புத்துணர்ச்சியை பெறுவோம் !

21. நல்லவர்கள்

கருணை என்பது உள்ளத்தில் தோன்றிவிட்டால் !
அடுத்தவர் வலியை சுமக்கும்
வேதனையை சுமக்கும் !
அவர்கள் நல்லவர்களா
கெட்டவர்களா என பாராது !
உயர்ந்தவர்களா தாழ்ந்தவர்களா
எனவும் பாராது !
வயது வித்தியாசம் இன்றி
தன் செயலை வெளிப்படுத்தும் !
நல்லவர்கள் உலகத்தில்
நிறைந்து கொண்டே இருக்க !
இப்பூமி கண்குளிர நமக்கு காண்பித்துக் கொண்டே தான்
இருக்கு !

22. ஜனவரி

முரணான ஆதாரங்களை வைத்து
முழுசா நம்பி தொலையுது !
ஒரளவு ஆதாரங்களில்
ஒத்தசைவால் உலகம் நகருது !
புராண ரோமானியர்களின்
கடவுளின் பெயரே ஜானஸ் !
ஜானஸ் பெயர் மருவி மருவி
ஜனவரி ஆனது !
மாதத்தில் 29 நாட்களே
இருந்ததில் இரண்டை கூட்டி,
பல மாதங்களின்
நாட்களையும் மாற்றி !
சீர்திருத்தம் செய்தவர்
ஜூலியஸ் சீசர் !

23. பிப்ரவரி

வருடத்தின் இரண்டாவது மாதம்
23 அல்லது 24 நாட்களே ஆனதையும் திருத்தி !
ஒவ்வொரு நான்காம் ஆண்டிலும்
29 நாட்களாக ஆக்கியவரும்
ஜூலியஸ் சீசரே !
பெப்ருவா என்பதொரு
ரோமன் திருவிழா !
சுத்தமாக்கி சீர்படுத்தும் என்ற அர்த்தத்தில்
தோன்றிய விழா !
கிருஷ்துக்கு முன் 450 ஆண்டு வரை
நடைமுறையில் இருந்த விழா !

24. இனமான திருநாள்

இயற்கையான திருநாள்
பொங்கலோ பொங்கல் !
தமிழர்களுக்கான திருநாள்
பொங்கலோ பொங்கல் !
வசந்தம் மலரும் திருநாள்
பொங்கலோ பொங்கல் !
உழவர்களுக்கு தந்த பலன் நாள்
பொங்கலோ பொங்கல் !
பொங்கி உண்ணும் அனைவருக்கும்
பொங்கலோ பொங்கல் !
புது வாழ்க்கை மலரும் அனைவருக்கும்
பொங்கலோ பொங்கல் !
பிரிந்த உறவுகள் இணைய வரும்
பொங்கலோ பொங்கல் !
பழையன கழித்து புதுப்பிக்க வரும்
பொங்கலோ பொங்கல் !
பண்டிகைகளின் சிறப்பே
பொங்கலோ பொங்கல் !
பண்டைய தமிழ் மரபே
பொங்கலோ பொங்கல் !
இயற்கைக்கு நன்றி கூறும் பெருவிழாவே
பொங்கலோ பொங்கல் !
இனமான உணர்வு பெறவே
பொங்கலோ பொங்கல் !

25. தயகூர்ந்து கவனி

அசிங்கம் நிகழ்ந்தாலும்
அவமானம் சூழ்ந்தாலும் !
ஆத்திரத்தில்,
வார்த்தையைவிட்டுடாதீங்க !
அதுவரை கட்டி காத்திருப்போம்
அந்தஸ்தை கௌரவத்தை !
ஆத்திரம் மிதமிஞ்சி போய்விட்டால்
ஆரோக்கியம் கெட வாய்ப்பிருக்கு !
அடுத்த நிமிடமே
உயிர் பிரியவும் சந்தர்ப்பமிருக்கு !
கஷ்டப்பட்ட நல்ல பெயர்
கடைசி நிமிடத்தில் தொலைந்து விட்டால் !
கட்டின மனைவிகூட
மனதால் தூற்றும் வாய்ப்பை
தயகூர்ந்து அமைச்சிடாதீங்க !

26. இரண்டு தப்புக்கள்

தெளிந்த நாள் முதல்
தேகம் தேய்ந்து,
சுடுகாட்டுக்கு போகும் வரை !
மனிதர்கள் செய்யும்
இரண்டு தப்புக்கள் !
ஒன்று சிந்திப்போம்
செயல்பட மாட்டோம் !
இல்லை செயல்படுவோம்
சிந்திக்க மாட்டோம் !
இரண்டும் சேர்ந்தால் தான்
வெற்றி என்பதை மறந்து !
இயல்பா வாழ்ந்து முடிக்கும்
மனித இனம் நிரம்ப நிரம்ப
இவ் உலகிலே !

27. மானம் மரியாதை

அரசாங்கம் திவாலாகுமா
அடுத்தவரிடம் கையேந்துமா !
அப்படியே நடந்துவிட்ட பிறகு
மானமெங்கே மரியாதை எங்கே !
மக்களின் நம்பிக்கையே
அரசாங்கமென ஆனபிறகு !
நாட்டுடைமைகளை ஒன்றுவிடாமல்,
விற்று தீர்த்துவிட்டால் !
நாளைய கதி என்னவாகும்
அரசாங்கம் இருந்து
என்ன லாபம் !
ஏர் இந்தியா
விமான நிறுவனத்தை,
வாங்கினவரிடமே இன்று
விற்று தொலைத்தது !

28. வெற்றி

வாழ்க்கையில் தன்னம்பிக்கை
சுயமுயற்சி இருந்தாலும் !
சொந்தங்களும் நட்பும்
வெற்றிக்கு பக்கபலம் ஆகும் !
இன்னும் பல தொடர்
வெற்றி வேண்டுமானால் !
பகையும் வேண்டும்
போட்டியும் வேண்டும் !
அப்பொழுது தான்
சூட்டோடு சொரணையும் வந்து,
வாகை சூட்டிட வைராக்கியம் பிறந்து
தலை நிமிர தக்க
தருணம் அமையும் !

29. எப்படி

நம்மை சுற்றி பல கண்கள்
சிரிச்சாலும் ரசிக்கும்
அழுதாலும் ரசிக்கும் !
நேரில் கண்டா ஆறுதலா இரண்டு வார்த்தை !
மறைந்து சென்றால்
தூன்னு துப்பும் நடத்தை !
எப்படி தான் வாழ்வது
யாரைத்தான் நம்புவது !
தனித் திறமையும்
பயமுறுத்தியே வைக்குது !
தேற்றமும் தெளிவும் தான்
இதமா வாழ்வதனை
நடத்திக் கொண்டு போகும் !

30. ஒரு சொல்

எதையும் அள்ளியும் தரமாட்டேன்
எதையும் கிள்ளியும் தரமாட்டேன் என,
உயர் பதவியலொரு முண்டம் !
எப்பதவியிலும் இல்லாமல்
பெரும் அவையில் தமிழர்களுக்காக
குரல் கொடுத்த குண தங்கம் !
காந்தி இல்லா தேசத்தில்
ராகுல் காந்தியாவது இருக்கிறார் !
அகத்தோடு அழகு தமிழையும்
இதமா பதமா தமிழர்களுக்காக பகிர்ந்தால்
நானுமொரு தமிழன் தான்
என்றாரே !
அச்சொல்லே போதும்
விரைவில் நீட் அழியும் !
தமிழர்களை அழிக்க நினைக்கும்
முண்டங்கள் அழியும் !

31. ஆராய்ச்சி சொல்லுது

மனித மூளையில் ஒரு நாளைக்கு
உதிக்கும் எண்ணங்கள்
நூறு என்றால் !
86% சதவிகிதம் உடனே அழியுமாம் !
மீதம் 14% சதவிகிதத்தை
நிலை நிறுத்தி வைக்க தவறினால்,
அதுவும் தடுமாறி அழியுமாம் !
உடனே குறிப்பெடுத்து வைத்தவர்கள்
அதை நோக்கி பயணித்தால் தான் !
ஏதாவது ஒன்று இரண்டில்
வெற்றி வாகை சூடுவார்களாம் !
அருமை பேருமையான ஆராய்ச்சி !
ஆகட்டுமென மனசு சொன்னவுடன்,
அடுத்த நொடியே உசாராவோம் !

32. மதக்கட்டு

நாகரிக கூட்டம் நாம்
நரி கூட்டத்தை
பார்த்து மயங்கியது !
அதன் பேச்சைக் கேட்டு நடுங்கியது
இல்லாததை பார்த்து ஒடுங்கியது !
நம் பாட்டன் முப்பாட்டன்
படிக்க சென்றால் அன்று
தீட்டு என்றான் !
போராடி படித்து
முன்னேற நினைத்தால் இன்று
நீட்டு என்கிறான் !
பசித்த மாட்டுக்கு புல்லுக்கட்டு
தெளிவடையாமல் இருக்க மதக்கட்டு !
இன்னும் எவ்வளவு காலத்துக்கு
ஆரியன் பேச்சைக் கேட்டுகிட்டு !

33. விலங்குகள்

விலங்குகள் அனைத்தும்
இயற்கையின் உயிர்கள் !
ஒன்றை ஒன்று
சார்ந்த உயிர்கள் !
மானுடத்தை நம்பி
வாழா ஜீவன்கள் !
இயற்கையான உணவு
உறைவிடங்கள் !
மரங்கள் அணைத்த காடுகள்
அருவிகளை அணைத்த மலைகள் !
நினைத்தாலே இனிக்கும்
ஜில்லென்ற உணர்வுகள் !
நாம் தான் காட்டை அழித்து
நகரத்தையும் நரகம் ஆக்கிட்டோம் !
இனியாகிலும் மனமுவந்து
காடுகளை காத்து ,
விலங்குகளை வாழ வைப்போம் !

34. நாடு படாதபாடு

பக்தியை சொல்லி
எதை கொடுத்தாலும் வாங்கி
வாயிலே போட்டுகிட்டு
தலையிலே தடவுகிற வரைக்கும் !
பார்ப்பனர்கள்
வீட்டையும் ஆள்வார்கள்
நாட்டையும் ஆள்வார்கள் !
வாயிலே போவதை
காள்வாயில் ஊற்றுவார்கள்!
காள்வாயில் போவதை
வாயிலே ஊற்றுவார்கள் !
அவர்களிடம் தான் நாடு
ஐய்யோ படாதபாடு !
மலர்ச்சியா இருந்த நாட்டை
மக்ஈ வைக்குறானுங்க !

35. சந்தோசம்

சந்தோசம் மருந்தில் இல்லை
சந்தோசத்தை போன்ற மருந்து
இவ்வுலகில் இல்லை !
மற்றவர்களால் அவமானப்பட்டு
கண்கலங்கி நின்றாலும்,
கோபத்தை மறந்து
மன்னித்து விடுவதே சந்தோசம் !
ஆழம் தெரியாமல்
அகலக்கால் பதிப்பதைவிட,
அறிவுக்கு வேலை கொடுத்தால்
சந்தோசம் !
பணம்கொண்டு
மார்தட்டுவதை விட
நல்குணத்தால் அமைதியா இருப்பதும்
சந்தோசம் !

36. தாய் மொழியே வணக்கம்

தாய் இன்றி நாம் ஏது
தாய் மண் இன்றி வாழ்வது ஏது !
தாய் வாழ்ந்தால்
நாம் வாழ்வோம் !
தாய் மொழியை காத்தால்
தமிழ் இனம் வாழும் !
ஏழு கோடி பேர்
பேசும் மொழி தமிழ் !
94 நாடுகளில்
வாழும் மொழி தமிழ் !
தமிழே அழகே கலையேன்னு
கொஞ்சு மகிழவே பெருமை !
தமிழே தமிழே தமிழே
தமிழே தங்கமே சொந்தமே !

37. மார்ச்

நடை முறையில் இது
மூன்றாவது மாதம் !
ஆனால் ஆரம்பத்தில்
ரோமானியர்களின் முதல் மாதம் !
மார்ஸ் என்பது
விட்ட போரை தொடங்கும் மாதம் !
கிரேக்கர்களுக்கு இம்மாதம்
கடவுளின் அவதாரம் !
முதன் முதலில் பிறப்புக்கள்
தோன்றியதையும் குறிக்கும் !
மலர்களின் உசத்தி
அக்வாமரைன் பெயரும் பொருத்தம் !
மார்ச்சின் வரலாறே
என்ன விசித்திரம் !

38. சிலர் ஆளா பறக்கிறார்

அழகான வீடு ஒன்னு
ஆடம்பர காரு ஒன்னு !
ஊரெல்லாம் சொத்துபத்து !
காலமெல்லாம் அதை
பாதுகாக்கிற பித்து !
மொத்தத்தில் காசுபணம்
உள்ள சிலர், அவைகளை- காக்கும் காவல்காரர் !
பசிக்கு உணவை
அள்ளி போட்டுகிட்டு,
ஆளா பறக்குறார் !
ஆபத்துன்னு ஒன்னு
வந்துவிட்டாலும்,
கஞ்சனா நடிக்கிறார் !
மனம் திறந்த பேச்சைக்கூட
தனக்குள்ளையே தோண்டி
புதைத்து வைக்கிறார் !

39. சன் ப்ளவர்

சந்து பொங்குல
இங்கு இடுக்குல,
ஒலிந்து இருந்து
மதம் சாதியின்னு
கூவும் ஜென்மங்கள் !
தாங்கள் உண்ணும்
சில உணவு வகைகள் !
எங்கிருந்து வருகிறது
எவரிடமிருந்து வருகிறது,
என்று தெரிந்து விட்டால்
உரக்க கூவ முடியுமா !
கூவிட்டாலும் திண்ணதை
திருப்பி எடுக்க முடியுமா !
நம் நாட்டு தேவையில்
80% சதவிகித சூரிய காந்தி
எண்ணையை உக்ரைன் எனும்
கிருஸ்துவ நாட்டிடமிருந்தே
பெற்று வருகிறோம் !

40. உலக மகளிர் தினம்

வார்த்தையால் பெண்களை
போற்றிப் போற்றியே !
வஞ்சக செயலால் பெண்களை
தாழ்த்தி தாழ்த்தியே !
வைத்திருந்த காலம்
மாறி போனது !
எவ்வகையிலும் ஆணுக்கு பெண்
சளைத்தவள் இல்லை !
படிப்பொன்று கிடைத்துவிட்டால்
அறிவைத் தேடி
உள்ளம் செல்லும் !
உறுகுலையாத ஆற்றல் வெல்லும் !
பதவிகள் தேடி வரும்,
பாராளும் வாய்ப்பும் வரும் !

41. முடியாது

ஆளுக்கொரு ஆசை தான்
நாடு அப்படி இருக்கனுமென்று !
அதிகாரம் அவரிடம்
கொடுக்க வேண்டுமென்று !
அப்படியாக நல்லதெல்லாம்
நடந்தேற வேண்மென்று !
உள்ளத்தில் அத்தனையும்
சேர்த்து வைத்து !
வெளியில் சொல்லி தொளையாத,
மனநலம் பாதித்த சூழல் !
இந்நாட்டில் பிறந்த
உயிர் என்றாலும்,
அகமகிழ முடியாது !
வளர்த்தெடுத்த நாடென்றாலும்,
பெருமைக் கொள்ள முடியாது !
மக்களை அடிமையா
பாவிக்கும் வரை,
அரசியலை புகழ முடியாது !

42. குறி கேளுங்கள்

மறைந்தவரை பற்றி
ஆருடம் சொல்லுது !
மறுபிறப்பு எடுத்ததாக
ஆருடம் சொல்லுது !
உயிர் இருந்தும்
பேச முடியாமல் !
நினைவு தவறிட்டு
குடும்பம் கதறுவதும் புரியாமல் !
உயிரற்ற உடல் சாம்பலாச்சி,
தண்ணீரில் கரைந்து
சுவடு காணாமல் போச்சி !
எல்லாம் முடிந்து
கறி சோறும் தின்றுவிட்டு,
குறி கேட்டு என்ன பலன் !
சென்றவர் விசாலத்தை
விவரமா கேளுங்கள்,
போய் பார்ப்போம் !

43. அன்பளிப்பு

நல்லா வச்சிக்கனும்
நல்லா கொஞ்சிக்கனும் !
கிடைக்கும் ஒவ்வொரு
நாளும் அன்பளிப்பு !
சுவாசிக்கும் நொடிகள்
அத்தனையும் வாழ்த்தளிப்பு !
இயற்கை சும்மா
அள்ளிக்கொடுத்த வாய்ப்பு !
அதை சோம்பலாக
பயன்படுத்துவது தப்பு தப்பு !
நம்மை சுமந்த பூமி
சூரியனை சுற்றி வருது !
ஆவியா போன நீரும்
மீண்டும் உழைக்க,
பூமிக்கே வருது !

44. மகிழ்ச்சியான நாடு

எண்ணும் எழுத்தையும்
கண்ணும் கருத்துமா !
சீர்தூக்கி அறிவோடு
பார்க்கும் நாடு !
மகிழ்ச்சியின் உச்சியை
தொட்டுக் கொண்டு இருக்கிறது !
பொருளாதாரத்திலும் சமூக வியலிலும்,
பிண்ணி பெடலெடுக்கிறது !
தொடர்ந்து அய்ந்தாவது முறையாக,
பின்லாந்து முதலிடம் வகிக்கிறது !
அதற்கு அடுத்தடுத்து
டென்மார்க், அய்ஸ்லாந்து !
சுவிட்சர்லாந்து, நெதர்லாந்து எல்லாம்
வட அய்ரோப்பிய நாடுகள் !
பிரான்சுக்கு 15வது இடம் !
அமெரிக்காவுக்கே 16 வது இடம் !
எங்கு தேடிப் பார்த்தாலும்
கண்விரித்து பார்த்தாலும் !
இந்தியா இருக்குமிடம் தெரியலே !
அய்.நா.ஆதரவு பெற்ற அமைப்பும்
அதை சொல்லலே !

45. நீர் இன்றி அமையாது உலகு

நீரின் இரசாயன
சூத்திரம் $H2O$!
அதொரு கனிம வெள்ளேந்தி !
சுவையற்ற மணமற்ற
எச்2 என்கிற அய்டிரசனும்,
ஒ என்கிற ஆக்ஸிஜனும்,
எலக்ட்ரான் கலந்த
இரசாயன பொருள் !
திரவங்களின் முக்கிய அங்கம்,
இயற்கை நிலையில்
மழையின் வடிவம் !
கடலில் பெருங்கடலில்
மேற்பரப்பில் 71% ஆகவும் !
நிலத்தடி நீராக 1.7% ஆகவும்,
எல்லா உயிர்களையும்
காக்கும் தாயாகவும் உள்ளது !
உலக பொருளாதாரத்தில்
முக்கிய பங்காகவும் உள்ளது !

மக்கள் பயனில்
விவசாயத்திற்கு முக்கால் பங்கு !
மீதம் கொஞ்சம்
மீன்பிடி தொழிலுக்கும் பங்கு !
மொத்தத்தில் எல்லா
ஜீவராசிகளுக்கும்,
நீரே மூலாதாரம் !

46. வயது என்ன

இருபதில் உடம்பு கேட்கும்
கேள்விகளுக்கு பதில் !
காரம் சாரம்
கண்ணுக்கும் நல்லது ஸ்கின்னுக்கும் நல்லது !
டிப்டாப் உடை அணிய
உடற்பயிற்சி நல்லது !
முப்பதுகளில் ஏற்றிய பலம்
தக்க வைக்கவில்லை என்றால்
இறங்கு முகம் ஆகும் !
நாற்பதுகளில் ஓட்டம் ஆட்டம்
மிளிரும் சோகம் !
ஒரு எல்லையை வைத்து
ஆரோக்கியப் பயணம் !
ஐம்பதும் எட்டிப் பார்க்கும்
பயம் போக்கும் அப்பருவம் !
உடற்பயிற்சி ஒன்றாலே
இதயத்துடிப்பு நன்றாக்கும் !
ஆயுளும் கூடும்
வாழ்வு பொன்னாகும் !

47. ஏப்ரல்

மொட்டு மலரும்
பூவிதழ் விரியும் !
உண்ண உணவும்
குடிக்க நீரும் !
போதைக்கு மதுவும்
ஆசைக்கு தொட்டுக்கவும் !
இப்படியெல்லாம் தெய்வத்தை தொழுத
ரோமாபுரி தான் !
தங்கள் தெய்வத்தின் அடையாளமாக,
மாதத்திற்கும் பெயர் சூட்டி
ஏப்பிரி ஏப்பிரி என்று
அழகுற வர்ணனையில் !
லத்தின் என்பது
உறுதி மொழி
வீனஸ் என்பது தேவியின் விழி !
ஏப்ரிலிஸ் 29 நாட்களாக இருந்ததை
ஜூலியசால் 30 நாட்களாக
ஏப்ரல் உறுபெற்றது

48. அடி முட்டாள்

அட தூத் தெறி
அவன் ஆம்பளையா !
அப்பா அம்மாவுக்கு பிறந்திருந்தால்,
அப்படி பேசுவானா !
அவன் வீட்டில் திண்பதையே
நாம் உண்ண பழகனுமாம் !
அவன் பேசும்
நாற்றமடித்த மொழியை
நாமும் பேசனுமாம் !
பண்பாடு என்கிறான்
கலாச்சாரம் என்கிறான் !
அவர்கள் பெண்கள் உடுத்தும் சேலையை
பார்த்தாலே தெரியுது
அரை நிறுவாணமா !
ஒரு மொழி என்றால்
பண்பை வளர்க்கனும் !
எந்த தாய் மொழியானாலும்
அன்பை போதிக்கனும் !
அடாவடியா எல்லோரையும்
அடிமையாக்குவது
மொழிப்பற்று அல்ல !
தெளிவும் சிந்தனை பெற
வேண்டுமானால்,
வந்து தமிழை படிக்கட்டும் !
மொழிகளில் மூத்த மொழி

தமிழ் தான்டா !
1812 ஆம் வருடவாக்கில்
பிறந்த மொழிபோல் இல்லடா தமிழ் !

• 53 •

தமிழ் தான்டா !
1812 ஆம் வருடவாக்கில்
பிறந்த மொழிபோல் இல்லடா தமிழ் !

49. கன்னட நாடே

ஒரு காலத்தில்
இந்த மாநிலத்தில் !
தமிழர்கள் தமிழை
பேசி விட்டால் !
நக்கலும் நையாண்டிகளும்
சேர்த்து அடிக்கும் !
காவிரி பிரச்சினை என்று ஒன்று வந்துவிட்டால் !
அப்பாவி தமிழர்களின் உயிரை குடிக்கும் !
இன்று எங்கு திரும்பினாலும்
வடமொழி இந்தி தான் !
ஓங்கி ஓங்கி ஒலிக்குது
கன்னட மொழியை
ஓரம் கட்டி சிரிக்குது !
கேட்பார் யாரு ?
புத்தியை தட்டி எழுப்பாமல்
போனால் போகட்டுமென்று விட்டு விட்டால் !
கன்னட தாயும் இனி
இந்திக்கு அடிப்பணிவாள் !

50. ஞானத்தை தொலைக்கும் ஞானிகளா

உழைக்க தெரிந்து விட்டாலே
பிழைக்க தெரியும் !
நேர்மை உச்சியில்
புதுவித யுக்தியில்,
வேலையின் பெருமை
உலகுக்கு புரியும் !
தொழில் அறிவை வைத்துக் கொண்டு,
அரசியல் பற்றி பேசி
சாக்கடையையும் சந்தனத்தையும் ஒன்றாக்கி !
"என் அறிவைப் பார்
என் திறமையை பார்" என்றாகி போனால் !
ஊரே சேர்ந்து காறி துப்பும்
உலகமே சேர்ந்து வார்த்தையால் கொல்லும் !

51. நீதி தேவதை

அரை குறையும்
கண்ணுக்கு தெரியலே !
முழு நிர்வாணமும்
கண்ணுக்கு தெரியலே !
பளீச்செ ன பட்டும்
நீதி தேவதைக்கு புரியலே !
உடலை மறைக்க
உடுப்பை போட்டால் !
நீதி தேவதைக்கு உறுத்துது
கடினமா தடை விதிக்குது !
புது புது பிரச்சனையில்
நாட்டம் கொண்டு !
கொண்ட பாச நேசத்தையே
மக்களிடம் உடைக்குது !

52. பழப் பழமா மாம்பழம்

மாசி பிதுங்கி சென்றாலே
மாங்காய் பழுக்க தயாராகும் !
சித்திரையில் சிங்காரமா
அரபு நாடுகளுக்கு புறப்படும் !
ரமலான் நோன்பில்
திருவாய்களுக்கு உணவளிக்க !
க்ருநாடகாவின்
மத்திய மேற்கு தென்மேற்கில் !
பழப் பழமாம் மாம்பழ
விளைச்சலை நம்பி !
விவசாயிகள் காத்து காத்து
விழிப் பிதுங்கி !
சொல்லனா சோகம்
வந்ததே பாவம் !
ஹிஜ்ஜாப் பிரச்சினை
ஹலால் பிரச்சினை !
இஸ்லாம் மக்களின் நிம்மதியை
ஆளும் அரசு கெடுத்தது !
பருவத்தோடு பழங்கள் காத்திருந்தும் ,
இஸ்லாம் நாடுகளின் புறக்கனிப்பால் ,
பலகோடி பழங்கள்
நாண்டுகிட்டு செத்தது !

53. புத்தகம்

படிப்பை தொடர்ந்து
புத்தகத்தை தொடு !
தொட்ட புத்தகத்தை
வாசிக்க எடு !
நல்ல விசயங்கள்
அறிவை தொடும் !
அறிவை தொட்டு விட்டால்
அறியாமை தானா ஒழியும் !
அறிவு சம்மந்தம் இல்லாமல்
உலகில் எதுவும் இல்லை !
இன்று குடிக்கும் நீர் முதல்
வழித்துக் கொட்டும்
உணவு வரை,
அறிவு தொடர்பு இல்லாமல்
நீயும் நானும் இல்லை !

54. கற்பனையே

வாழ்க்கை என்ன வாழ்க்கை
நல்ல நல்ல தரமா
வாழ்ந்து பார்ப்போம் !
ஒரு வாய்ப்பு இல்லையென்றால்
அடுத்த வாய்ப்பு
கிடைக்குமென நம்புவோம் !
ஆனால் இருக்கும் உண்மை
அடுத்த வாழ்க்கை என்பதே
இல்லவே இல்லை !
ஒவ்வொரு அடுத்த நிமிடமும்
முழுக்க முழுக்க கற்பனையே !
உணர்ந்து வாழ்ந்திடுவோம்
விரும்பி வாழ்ந்திடுவோம் !
கவலையை ஒதிக்கிடுவோம் !

55. எது பூசை

நெற்றி நிறைய விபூதி இட்டு
அதற்கு நடுவே குங்குமம் இட்டு
குங்குமத்திற்கு நடுவே
சந்தனம் இட்டு,
கைகட்டி வாய் பொத்தி
சுயநலமா வேண்டுவது எல்லாம்
பூசை இல்லை !
அடுத்தவர் வாழ்வை
கெடுக்காமல் இருப்பதும்
நல்ல பூசை !
மற்றவர்களையும்
நம்மவர் என்றே
எண்ணி இருப்பதும்
நல்ல பூசை !
நான் என்கிற அகங்காரத்தை
விட்டொழிப்பதும்
நல்ல பூசை !

56. முத்தமிழ்

எழுதி விட்டால் இயல்
பாடி விட்டால் இசை
நடித்து விட்டால் நாடகம் !
மொழியின் இணையான
கூறுகளே முத்தமிழ் !
மூன்றும் இணைந்து
பண்ணிசைத்து பாடும் காட்சி !
எந்த மொழியிலும் கிடைக்காது,
நம் மொழி போல் சுவைக்காது !
பேரு பெற்ற இனம்
பேசும் ஒவ்வொரு எழுத்தும் சுகம் !
உயிர் எழுத்துக்கள் பன்னிரண்டும்!
மெய் எழுத்துக்கள் பதினெட்டும் !
சேர்ந்து அடிக்குது
தமிழ் தென்றலாக !

57. ஆரோக்கியமே சொத்து

இறங்கி வா நல்லவர்கள் இருக்காங்க !
அன்பா தேடி போ ஆரதழுவாங்க !
ஆளாளுக்கு நிரம்ப நிரம்ப
ஆசையோ ஆசைங்க !
அவசர உலகில்
வாழ்ந்து விட தொல்லைங்க !
நல்ல குடும்பம் இருந்தால்
அவசியமான எண்ணங்க !
பணம் இருந்து விட்டால்
பலப்படி மேலேங்க !
அது இல்லாதவங்களுக்கு
உழைப்பும் ஆரோக்கியமுங்க !

58. சும்மா கேட்டுக்கோ

அப்படி எல்லாம்
ஒன்றும் இல்லை !
சும்மா கேட்டுக்கோ
எதுவும் உருப்படி இல்லை !
நல்லது செய்தால்
நல்லது நடக்குமா !
ஆணையிட்டு சொல்ல
உலகில் யாரும் இல்லை !
எல்லாம் நம்பிக்கையும்
பொய்யும் இல்லை !
நினைத்தவுடன் நடப்பது
கெட்டதை தவிர வேறு இல்லை !
என்ன கொடுமையோ
அதிகம் நல்லவர்கள் இல்லை !

59. தாழ்மையான கருத்து

அமைதியா இருப்பவர்களுக்கு
அறிவில்லை என்று அர்த்தமில்லை !
அமைதியிலும்
பூகம்பம் இருக்கும்,
அருமருந்தும் இருக்கும் !
எளிமையா இருப்பவரிடத்தில்
துணிவு இல்லையென
அர்த்தமில்லை !
எளிமையிலும் பலம் இருக்கும்,
ஏற்றமிகு தெளிவும் இருக்கும் !
ஒதுங்கி போவதால் அவர்கள்
முட்டாளென்று பொருளில்லை !
எதற்கும் அடிமை
ஆகக் கூடாதென
கருத்து உள்ளதால் !

9 798886 840308